மாற்றுப்பாதை (சிலுவைப் பாதைகளின் தொகுப்பு)

பிரபு & டெய்சி

Made with ♥ on the Notion Press Platform
www.notionpress.com

'மாற்றுப்பாதை'

பாடுகளின் வழியே நிறை வாழ்வின் பாதையை கண்டுகொள்ள

நம்மை அழைக்கும் எம்பெருமான் இயேசுவுக்கே அர்ப்பணம்.

கிறிஸ்துவில்

நூலாசிரியர்கள்

R. ரொமானுஸ் பிரபு

A. சில்வியா டெய்சி

பொருளடக்கம்

பொருளடக்கம்

அணிந்துரை

கிறிஸ்து இயேசுவுக்குள் வாழ்த்துக்கள்!

'மனமாற்றத்தின் மூலைக்கல் சிலுவை, சிலுவைப் பாடுகளின் தியானம் ஒட்டு மொத்த கத்தோலிக்க இறை சமூகத்தையே இறைவனிடம் நெருக்கமாக்கும் நிகழ்வு. காட்டாற்று வெள்ளம் போல கட்டுப்பாடின்றி பாயும் மனதின் எண்ணங்களை சட்டென தடுத்து ஆட்கொள்வது இந்த சிலுவைப் பாதையின் சிறப்பு. தனிப்பட்ட முறையில் பலமுறை இதனை உணர்ந்திருக்கின்றேன். சிலுவைப் பாதை நிகழ்வினை பல பங்குத்தளங்களில் பல்வேறு ஊடகங்கள் வழியாக வழங்கியிருந்தாலும் **'மாற்றுப்பாதை'** எனும் தலைப்பில் மின்னூல் வடிவில் டிஜிட்டல் தலைமுறைக்கான நூலாகவெளிக்கொணர்வதில் பெருமிதம் அடைகின்றேன். உருவாக்க உழைத்திட்ட உள்ளங்களை உயர்வோடு நினைக்கின்றேன். பாடுகளின் பாதையை வாஞ்சையோடு வாசிப்போம், இயேசுவை நேசிப்போம்.

கிறிஸ்துவில்
நூலாசிரியர்கள்
R. ரொமானுஸ் பிரபு
A. சில்வியா டெய்சி

முன்னுரை

'மாற்றுப்பாதை' எனும் தலைப்பில் வெளிக்கொணரப்பட்ட இந்நூல் தற்காலிக மனமாற்றத்திற்கு மட்டும் தூண்டுகோலாக அமையாமல் வாழ்வு முழுவதும் இயேசுவின் மதிப்பீடுகளை மனதில் தக்க வைத்துக் கொள்ள உதவும் கருவியாக, ஒரு முயற்சி. இந்நூலில் இரண்டு சிலுவைப் பாதைகள் உள்ளன. சிலுவைப் பாதை வழியாக இயேசுவின் திருப்பாடுகளை தியானிக்க அழைக்கப்படுகிறோம். இச்சிலுவைப் பாதை வெறும் சடங்கு சம்பிரதாயமாக மாறாமல் வழிபாடுகள் அனைத்தும், வாழ்க்கைப் பாடமாக மாற்றிக்கொள்ள வரம் தர வேண்டும். மாற்றங்களுக்காக, மாற்றங்களின் காரணிகளாக நாம் மாற முழு மனதோடு பாடுகளின் பாதையில் பயணிப்போம்.

கிறிஸ்துவில்
நூலாசிரியர்கள்
R. ரொமானுஸ் பிரபு
A. சில்வியா டெய்சி

நன்றி

'மாற்றுப்பாதை' என்னும் இந்த சிலுவைப் பாதை மின்னூலை வெளிக்கொணர எம்மீது பொழியப்பட்ட இறையருளுக்கு நெஞ்சார்ந்த நன்றி. சிந்தனைகளையும், எழுத்து வழி பங்கேற்பும் கொடுத்த முனைவர் இருதயம் அடைக்கலம் அவர்களுக்கு மனமார்ந்த நன்றி. மாற்றுப்பாதை நூலின் அட்டையை வடிவமைத்த திருமதி கலைமதி அகஸ்டின் அவர்களுக்கு இதயம் கனிந்த நன்றி. அனைத்து வாசகர்களுக்கும் எம் இனிய நன்றிகள்.

கிறிஸ்துவில்

நூலாசிரியர்கள்

R. ரொமானுஸ் பிரபு

A. சில்வியா டெய்சி

முகவுரை

எல்லோரும் ஏதோ ஒன்றைத் தேடிக் கொண்டு தான் இருக்கின்றோம் பெரும்பாலும் பணத்தைத் தேடி, பணமிருப்போர் நிம்மதியைத் தேடி, இரண்டும் இருப்போர் நேரத்தைத் தேடிக் கொண்டே தான் இருக்கிறோம். சாலையில் போக்குவரத்தின் இரைச்சலையும் தாண்டி கைபேசியில் கதைப்பது போல அன்றாட அலுவல்களும் அலுப்புகளும் நம் தேடலை மறைத்து விடுகின்றன. ஆனால், இந்த மனமாற்றத்தின் காலம் நம் வாழ்க்கையின் தேடலை தெளிவாக்கிக் கொள்ள ஒரு அழைப்பு. தேடலில் தெளிவிருந்தால் பாதைகள் பரிச்சயமாகும், பயணங்கள் இலகுவாகும், கால்களுக்கு விளக்காகும், இலட்சியங்கள் இலக்காகும். பல சந்தர்பங்களில் சடங்குகளையும், சம்பிரதாயங்களையும் உயர்த்திப் பிடித்துவிட்டு, உண்மையான ஆன்மீகத்தை குழி தோண்டி புதைத்து விடுகிறோம். திருப்பாடுகளின் பாதையில் இயேசுவின் தியாகத்தையும் அன்பையும் மட்டும் சிந்திப்பதோடு நிறுத்திவிடாமல் இன்றைய காலகட்டத்திற்கு அவர் சொல்லும் செய்திகளை 'மாற்றுப்பாதை' வழியாக சிந்திப்போம்.

கிறிஸ்துவில்

நூலாசிரியர்கள்

R. ரொமானுஸ் பிரபு

A. சில்வியா டெய்சி

1

முதல் நிலை

இயேசு தீர்ப்பிடப்படுகிறார்

திவ்விய இயேசுவே உம்மை ஆராதித்து வணங்கி உமக்கு நன்றியறிந்த தோத்திரம் செலுத்துகின்றோம்...

நீதிமன்றமும், நீதிபதிகளும் பெரும்பான்மை பக்கம் சாய்ந்தும், அதிகாரத்திற்கு அடிபணிந்தும் இயேசுவுக்கு மரண தண்டனையை பரிசளிக்கிறார்கள். தீயோர், அநீதியை நீதியின் பெயரால் சிலுவையாக வழங்குகிறார்கள். நல்லோர், அமைதி காத்து சிலுவையின் பாரத்தை கூட்டுகிறார்கள். திருவுளம் நிறைவேற முழுவுளத்தோடு ஏற்றுக்கொள்கிறார்.

சிந்தனை

சமூக நீதியின் பார்வையில், நம்மிடையே வாழும் ஏழை, எளியோரை நாம் எப்படி நடத்துகிறோம் என்ற சிந்தனையை சுமந்தவர்களாய் இயேசுவுடன் பயணிப்போம்.

எங்கள் பேரில் தயவாயிரும் சுவாமி, எங்கள் பேரில் தயவாயிரும்.....

2

இரண்டாம் நிலை

இயேசு சிலுவையை சுமக்கிறார்

திவ்விய இயேசுவே உம்மை ஆராதித்து வணங்கி உமக்கு நன்றியறிந்த தோத்திரம் செலுத்துகின்றோம்...

ஆயிரக்கணக்கான வருடங்களின் காத்திருப்பும், தீர்க்க தரிசனங்களின் எதிர்பார்ப்பும், முப்பத்து மூன்று ஆண்டுகளின் தயாரிப்பும் இந்த சிலுவை சுமந்த பயணத்தின் வழியாக நிறைவேறப் போகிறது. நேசித்தே பழகிப்போன இயேசு, சிலுவையையும் நேசிக்கின்றார். தோள் மீது சுமையாகவும், களைப்பேற்றி தடுமாறச் செய்யும் இடரலாகவும், இறுதியில் தன் உயிரைப் பறிக்கும் கொலைக் கருவியாகவும் மாறும் எனத் தெரிந்தும் வாஞ்சையோடு தழுவி பயணிக்கிறார்.

சிந்தனை

நிலம் பண்படவும், பயன் தரவும் ஆழ உழுதல் அவசியம், இயேசுவின் தோள்களில் சிலுவை பூட்டப்படுகிறது. அன்றாட வாழ்விலே வார்த்தைகளிலோ, எண்ணத்திலோ, செயல்பாட்டிலோ நாம் யாருக்காவது சுமையாகவோ, இடரலாகவோ இருக்கிறோமா என்ற சிந்தனையை ஏற்று இயேசுவோடு பயணிப்போம்.

எங்கள் பேரில் தயவாயிரும் சுவாமி, எங்கள் பேரில் தயவாயிரும்.....

3

மூன்றாம் நிலை

இயேசு முதல் முறை விழுகிறார்

திவ்விய இயேசுவே உம்மை ஆராதித்து வணங்கி உமக்கு நன்றியறிந்த தோத்திரம் செலுத்துகின்றோம்...

இறை சித்தத்திலும், சோதனைகளிலும் தடம் மாறாத இயேசு முதல் முறை தடுமாறி கிழே விழுகிறார். இறைமகன் என்று சொல்லிக் கொண்டவனை, ஒரு சாதாரண சிலுவையை சுமக்கச் செய்து, பயணம் தொடங்கிய சில மணித்துளிகளில் வீழ்த்திவிட்டோம் என சுற்றியிருந்த யூதர் கூட்டம் வாய்விட்டு கூவி கொண்டாடி இருக்கும். விழுவது தோல்வியா? இல்லை வீழ்ந்தே கிடப்பது தான் தோல்வி. ஆண்டவர் இயேசு எழ முயல்கிறார். புழுதியும், மண்ணும், வெப்பமும், வியர்வையும் சுவாசிக்கும் திறனை பாதியாக்கின. உரோமை வீரர்களின் அதிகார துஷ்பிரயோகம் அடிகளாகவும், உதைகளாகவும் ஆற்றலை உறிஞ்சின. சூழ்ந்திருப்போரின் ஏளனமும், பரிகாசங்களும் மனதின் பாரத்தை அதிகமாக்கின. பலவீனங்களை படிகட்டாக்கி எழுந்து பயணத்தை தொடர்கிறார்.

சிந்தனை

நம் அண்டை அயலார் வீழ்ந்திருப்பின் எழுவதற்கு கை கொடுப்போம், மாறாக அவர்களின் வீழ்ச்சிக்கு நாம் எவ்வகையிலும் காரணமாகி விடக்கூடாது என்பதை மனதில்

கவனமாய் கொண்டு, இயேசுவோடு பயணிப்போம்.

எங்கள் பேரில் தயவாயிரும் சுவாமி, எங்கள் பேரில் தயவாயிரும்.....

4

நான்காம் நிலை

இயேசு அன்னை மரியாளை சந்திக்கிறார்

திவ்விய இயேசுவே உம்மை ஆராதித்து வணங்கி உமக்கு நன்றியறிந்த தோத்திரம் செலுத்துகின்றோம்...

அன்று ஆலயத்தில் குழந்தை இயேசுவோடு சிமியோனின் சந்திப்பில் பெற்ற வாழ்த்து, இன்று இயேசுவை சந்திக்கும் போது நிதர்சன உண்மையாகி வாளாய் இதயத்தை ஊடுறுவியிருக்கும். அன்னையின் சந்திப்புக்கள் எல்லாமே இறைத்திட்டத்தை நோக்கிய படிகட்டுகளாவே இருக்கின்றன. இயேசுவின் பிறப்பிற்க்கு முன், கபிரியேல் தூதரோடு சந்திப்பு, எலிசபெத்தை சந்தித்த உடன், ஆவியின் தூண்டுதலால் குழந்தை மகிழ்ச்சியால் துள்ளியது. கானாவூர் திருமணத்தில் இயேசுவோடு சந்திப்பு, அது ஒரு குடும்பத்தை அவமானத்திலிருந்து மீட்டு மகிழ்ச்சியாக்கியது. சந்திப்புகளால் தெளிவையும், புரிதலின் புதிய பரிணாமத்தையும் அன்னை அறிந்து கொள்கிறாள். அன்று, முதல் புதுமையில் கல் ஜாடிகளிலிருந்த சுத்திகரிப்புக்கான தண்ணீரை திராட்சை இரசமாக இயேசு மாற்றியதும். பின்பு, சீடர்களிடம் இரசத்தை தன் இரத்தமாக பருக சொன்னதையும். இன்று, மீட்புக்காக பாவ பரிகார பலியாக இரத்தம் சிந்தியதையும் பார்த்து, இறைத்திட்டத்தின் முழுமையை உணர்ந்து உளம் உவந்திருப்பார்.

சிந்தனை

நம்முடைய சந்திப்புக்கள் அன்னை மரியாளின் மனநிலையில், இறைச்சூழலை பிரதிபலிப்பதாக இருக்கட்டும்.

எங்கள் பேரில் தயவாயிரும் சுவாமி, எங்கள் பேரில் தயவாயிரும்.....

5

ஐந்தாம் நிலை

சீமோன் இயேசுவுக்கு உதவுகிறார்

திவ்விய இயேசுவே உம்மை ஆராதித்து வணங்கி உமக்கு நன்றியறிந்த தோத்திரம் செலுத்துகின்றோம்...

துவண்ட தளிர் போல வாடி, கொழுகொம்பை தேடும் கொடி போல காணப்பட்ட இயேசுவுக்கு உதவ ஒருவரைக் கட்டாயப்படுத்திக் கொண்டு வந்தது அதிகாரக்கூட்டம். காலம் கடந்து பிறந்த குழந்தையை போல வந்தது தான் சீமோனின் உதவி. ஆனாலும், ஜீவன் காத்தது. பவுலும் இதே போன்றதொரு கட்டாயச் சூழலில் மனம் மாறுகிறார், நற்செய்தியை அறிவிக்கிறார். நான் செய்வது என்னில் பெருமை பாராட்ட அல்ல மாறாக அது எனக்கான கட்டாயம், கடமை எனும் தெளிவை பெறுகிறார், நமக்கும் தருகிறார் (1 கொரி 9:16). சீமோனும் கட்டாயத்தின் பேரில் உதவினாலும், இதே மனநிலையை அடைந்திருப்பார்.

சிந்தனை

நாமும் வாய்ப்புக்கிடைக்கும் போதெல்லாம் உதவுவோம், அது நமக்கு கட்டாயமாக்கப்பட்ட கடமை என்பதை மனதில் இருத்துவோம்.

எங்கள் பேரில் தயவாயிரும் சுவாமி, எங்கள் பேரில் தயவாயிரும்.....

6

ஆறாம் நிலை

வெரோணிக்கா இயேசுவின் முகத்தைத் துடைக்கிறாள்

திவ்விய இயேசுவே உம்மை ஆராதித்து வணங்கி உமக்கு நன்றியறிந்த தோத்திரம் செலுத்துகின்றோம்...

சோர்வும், களைப்பும், வலியும், இரத்தகளரியான தேகமும் அவரை ஒரு கந்தல் துணியாக அலங்கோலப்படுத்தி இருந்தது. அன்னை, 'முந்தானைக்குள் போர்த்திக் கொள்வாள், துயர் வராது பார்த்துக் கொள்வாள்', ஆனால், இன்று அவளே கையறு நிலையில். இன்னொரு தாயாக வெரோணிக்கா, இயேசுவின் முகத்தை தன் முந்தானையால் துடைக்கிறாள். தாயின் மனநிலை ஏற்கும் போது சூழ்நிலையின் ஆபத்தைத் தாண்டி, உயிரை பொருட்படுத்தாது துணிச்சலுடன் முகம் துடைத்து இந்த உலகிற்க்காக இயேசுவின் திருமுகத்தை பிரதி எடுக்கிறாள்.

சிந்தனை

பிறர் துயர் கண்டு தாயுள்ளம் கொண்டு, உதவிடும் போதெல்லாம் இயேசுவிற்கே முகம் துடைக்கின்றோம்.

எங்கள் பேரில் தயவாயிரும் சுவாமி, எங்கள் பேரில் தயவாயிரும்.....

7

ஏழாம் நிலை

இயேசு இரண்டாம் முறை கீழே விழுகிறார்

திவ்விய இயேசுவே உம்மை ஆராதித்து வணங்கி உமக்கு நன்றியறிந்த தோத்திரம் செலுத்துகின்றோம்...

சிலுவையின் பாரத்தோடு கல்வாரி பாதையில் நைந்துப் போன அவரது உடல், வலிமை இழந்து தள்ளாடி தடுமாற, இயேசு இரண்டாம் முறை கீழே விழுகிறார். கோதுமை மணி மண்ணில் விழுந்து மடிந்தால் தான் பலன் கொடுக்கும். பாரமாக இருப்பதை எண்ணிய சிலுவை மரம் இயேசுவை விட்டு தூரமாக தள்ளிக் கிடந்தது. தந்தையின் இறைத்திட்டம் கண்முன் தெரிய, வேகமாக சிலுவையை தூக்கிக் கொண்டு மீண்டும் பயணிக்க தயாராகிறார்.

சிந்தனை

மீண்டும் மீண்டும் தடுமாறி விழும் மனிதர்களுக்கு, தோள் கொடுத்து எழுந்து நிற்க இரண்டாம் வாய்ப்பளிப்போம்.

எங்கள் பேரில் தயவாயிரும் சுவாமி, எங்கள் பேரில் தயவாயிரும்.....

8

எட்டாம் நிலை

இயேசு எருசலேம் பெண்களுக்கு ஆறுதல் கூறுகிறார்

திவ்விய இயேசுவே உம்மை ஆராதித்து வணங்கி உமக்கு நன்றியறிந்த தோத்திரம் செலுத்துகின்றோம்...

அழுகை, ஒரு வெளிப்பாடு. இயலாமை, ஆற்றாமை, ஏமாற்றம், கோபம், மகிழ்ச்சி, வலி, சோகம் என அனைத்திற்குமான வெளிப்பாடு. எருசலேம் பெண்கள் இயேசுவின் நிலை கண்டு கலங்கி, கதரி வாய்விட்டு அழுகிறார்கள். இயேசுவும் அவர்களைப் பார்த்து கண்ணீர் மல்க நிற்கிறார். தன்னைத் தானே இழந்துக் கொண்டிருக்கையில் பிறரை இழந்து விடக்கூடாது என துடிக்கும் நெஞ்சம். “எருசலேம் மகளிரே, நீங்கள் எனக்காக அழவேண்டாம்; மாறாக உங்களுக்காகவும் உங்கள் மக்களுக்காகவும் அழுங்கள்" என, ஒசேயா இறைவாக்கினர் எருசலேமிற்க்கு வரும் அழிவைக் குறித்து அவர்களுக்கு எச்சரிக்கை கொடுக்கிறார்.

சிந்தனை

துன்பங்கள் சுற்றி நெருக்கையிலும் நிதானத்தைக் கையாளவும், பிறரின் துயரில் பங்கேற்கவும் முயல்வோம்.

எங்கள் பேரில் தயவாயிரும் சுவாமி, எங்கள் பேரில் தயவாயிரும்.....

9

ஒன்பதாம் நிலை

இயேசு மூன்றாம் முறை கீழே விழுகிறார்

திவ்விய இயேசுவே உம்மை ஆராதித்து வணங்கி உமக்கு நன்றியறிந்த தோத்திரம் செலுத்துகின்றோம்...

சிலுவையின் பாரத்தால் மூன்றாம் முறை தரையில் விழு-கிறார். இறைவா, என் இறைவா, ஏன் என்னைக் கைவிட்-டீர்? என்னைக் காப்பாற்றாமலும், நான் தேம்பிச் சொல்-வதைக் கேளாமலும் ஏன் வெகு தொலையில் இருக்கின்-றீர்?ஆண்டவரே, உமது பேரிரக்கத்தை எனக்குக் காட்ட மறுக்காதேயும் உமது பேரன்பும் உண்மையும் தொடர்ந்து என்னைப் பாதுகாப்பனவாக! ஏனெனில் எண்ணிறந்த தீமை-கள் எனை சூழ்ந்துக் கொண்டன, என் குற்றங்கள் என்மீது கவிழ்ந்து என் பார்வையை மறைத்து கொண்டன. அவை என் தலைமுடிகளை விட மிகுதியானவை என் உள்ளம் தளர்ந்து என்னைக் கைவிட்டது. ஆண்டவரே, என்னை விடுவிக்க மனமிசைந்தருளும். ஆண்டவரே, எனக்கு உதவி செய்ய விரைந்து வாரும் வலுவற்ற நிலையில் இதுவே இயேசுவின் நினைவில் இருந்திருக்கும்.

சிந்தனை

நாமும் ஆற்றல் இழந்து எழ முடியாமல் தவிக்கும் போது இந்தத் திருப்பாடல் வழி இயேசுவிடம் மன்றாடுவோம். ***எங்-கள் பேரில் தயவாயிரும் சுவாமி....***

10

பத்தாம் நிலை

இயேசுவின் ஆடைகளை களைகிறார்கள்

திவ்விய இயேசுவே உம்மை ஆராதித்து வணங்கி உமக்கு நன்றியறிந்த தோத்திரம் செலுத்துகின்றோம்...

பணத்தையோ பொருளையோ இழந்தால் திரும்ப உழைத்து ஈட்டிக் கொள்ளலாம். ஆனால், மானத்தை இழந்தால்? இயேசுவைச் சிலுவையில் அறைந்த பின் படைவீரர் அவருடைய மேலுடைகளை நான்கு பாகமாகப் பிரித்து ஆளுக்கு ஒரு பாகம் எடுத்துக் கொண்டார்கள். அங்கியையும் அவர்களே எடுத்துக் கொண்டனர். அந்த அங்கி மேலிருந்து கீழ் வரை தையலே இல்லாமல் நெய்யப்பட்டிருந்தது. எனவே அவர்கள் ஒருவரை ஒருவர் நோக்கி, "அதைக் கிழிக்க வேண்டாம். அது யாருக்கு கிடைக்கும் என்று பார்க்கச் சீட்டுக் குலுக்கிப் போடுவோம்" என்றார்கள். "என் ஆடைகளைத் தங்களுக்குள் பகிர்ந்து என் உடைமீது சீட்டுப் போட்டார்கள்" என்னும் மறைநூல் வாக்கு நிறைவேறியது.

சிந்தனை வறுமை, அரசியல் அடக்குமுறை, அதிகாரம் போன்ற அவலங்களால் மனித உரிமையும் மாண்பும் உரியப்பட்டு நிர்வாணமாக்கப்படுகின்றவர்களது மாண்பினைக் காப்போம். ***எங்கள் பேரில் தயவாயிரும் சுவாமி....***

11

பதினொன்றாம் நிலை

இயேசுவை சிலுவையில் அறைகிறார்கள்

திவ்விய இயேசுவே உம்மை ஆராதித்து வணங்கி உமக்கு நன்றியறிந்த தோத்திரம் செலுத்துகின்றோம்...

தேடித் தேடி சென்று ஆசிர்வதித்த கைகளில் ஆணிகளால் அறைந்தார்கள். நற்செய்தியை பறைசாற்ற ஓடி ஓடி சென்ற கால்களையும் துளைத்தார்கள். அவர்களின் மீட்புக்காக துடித்த இதயத்தை ஊடுறுவக் குத்தினார்கள், வதைத்து சிலுவையில் அறைகிறார்கள். அவரது உடல் முழுவதையும் சிலுவை மரத்தில் அறைகின்ற ஆணிகளுக்கு மனமுவந்து அளிக்கிறார். ஆணிகள் அவரை மரத்தோடு தைக்கின்றன.

சிந்தனை

மூன்று ஆணிகளுக்குள் முடக்கி விட்டதாக இறுமாய்த்த யூதர்களின் எண்ணம் போன்று நம்முடன் இணக்கமாகாத அயலாரை அடக்கி அழித்துவிட நினைக்கும் மனநிலை மாற்றுவோம். இறைச்சித்தம் நிறைவேற்ற இதயத்தைத் திறப்பாயா?

எங்கள் பேரில் தயவாயிரும் சுவாமி, எங்கள் பேரில் தயவாயிரும்.....

12

பன்னிரண்டாம் நிலை

இயேசு சிலுவையில் இறக்கிறார்

திவ்விய இயேசுவே உம்மை ஆராதித்து வணங்கி உமக்கு நன்றியறிந்த தோத்திரம் செலுத்துகின்றோம்...

நண்பகல் நேரம், நாடெங்கும் இருள் சூழ்ந்தது. இயேசுவோ உரக்கக் கத்தி உயிர் துறந்தார். இயேசு உயிர் விடும் அந்த கொடூரமான நிகழ்வை எருசலேம் கண்டு களித்தது. பலருக்கு அதிர்ச்சியாகவும் சிலருக்கு மகிழ்ச்சியாகவும் அக்காட்சி அமைந்தது. ஆனால் இலட்சியத்துக்காக வாழ்ந்து மறையும் வாழ்வு நித்தியத்திற்கும் நிலைக்கும். எல்லாம் நிறைவேறிற்று என்று அவரால் சொல்ல முடிந்தது.

சிந்தனை

மரணத்தின் விளிம்பிலும் மன்னிப்பை விதைத்துச் சென்றார். நாம் வாழ்வு பெற, அவர் தன் வாழ்வைத் தந்தார். நாமும் மன்னிப்பை வழங்கி, வாழ்வை பெற்றுக்கொள்வோம். சுகங்களை இழந்து சுமைகளை சுமந்து இலட்சியங்களை இலக்காக்குவோமா?

எங்கள் பேரில் தயவாயிரும் சுவாமி, எங்கள் பேரில் தயவாயிரும்.....

13

பதின்மூன்றாம் நிலை

இயேசுவின் உடல் தாயின் மடியில் கிடத்தப்படுகிறது

திவ்விய இயேசுவே உம்மை ஆராதித்து வணங்கி உமக்கு நன்றியறிந்த தோத்திரம் செலுத்துகின்றோம்...

'கண்ணே கனியே அன்பே அமுதே பொன்னே மணியே தேனே இன்பமே..' என அன்று மடியில் கிடத்தி தாலாட்டிய பிள்ளை, இன்று சலனமற்று துவண்டு கிடக்கிறது. ஆயிரம் வாள்கள் இதயத்தை துளைத்திருக்கும். உடல் முழுவதும் காயங்களும், வெட்டுக்களும், சிராய்ப்புகளும் சித்ரவதையின் சின்னங்களாக இரத்த களரியாய் காட்சி தந்தது. உடல் வலுவற்றது ஆனால் உள்ளம் ஊக்கமுடையது. என்னதான் மறைநூலும், தீர்க்கதரிசனங்களும், வானதூதர்களும் முன்னறிவித்திருந்தாலும், எல்லா விதங்களிலும் இயேசு அன்னை மரியாவை தயார்படுத்தி வைத்திருந்தாலும், ஒடுக்கப்படும் விளிம்பு நிலை மனிதர்களின் மனநிலையையும் ஒரே மகனை பறிகொடுத்த தாயின் மன நிலையையும் அவர்களை தவிர வேறு யாராலும் உணர முடியாது.

சிந்தனை

எல்லையில்லா அன்பினால் எங்களுக்காக உயிர் துறந்த தெய்வமே. மரியாளை எங்களுக்கு அன்னையாக அளித்ததற்காக உமக்கு நன்றி கூறுகின்றோம். உமது இறப்பும், அன்னையின் தியாகமும் எங்களுக்கு வாழ்வு வழங்கிற்று.

நாங்களும் அன்னை மரியாவைப் போல், சகிப்புத்தன்மை-யோடும், கனிவோடும் இரக்கத்தோடும், பொறுமையோடும் பிறருடைய மீட்புக்காக அயராது உழைத்திட அருள் தாரும்.

எங்கள் பேரில் தயவாயிரும் சுவாமி, எங்கள் பேரில் தயவாயிரும்.....

14

பதினான்காம் நிலை

இயேசுவை கல்லறையில் அடக்கம் செய்கிறார்கள்

திவ்விய இயேசுவே உம்மை ஆராதித்து வணங்கி உமக்கு நன்றியறிந்த தோத்திரம் செலுத்துகின்றோம்...

வார்த்தை மனுவுருவாக ஒரு கருவறை தேவைப்பட்டது போல உயிர் பெற்று விண்ணேறிச் செல்ல ஒரு கல்லறைத் தேவை. இடுகாட்டில் இரவல் இடத்தில் இயேசுவின் இறந்த உடலை அடக்கம் செய்கிறார்கள். இருள் ஆட்சி செய்யும் நேரம், அது தவறென்றாலும் அனுமதிக்கப்படுகின்றது. சரியான தருணம் அமையும் வரை அமைதி அமலாக்கப்படுகிறது. அமைதி, ஆண்டவரை உணர்ந்து கொள்ளும் நேரம். (திபா-46:10) அமைதி, ஆண்டவர்முன் காத்திருப்பு (திபா-37:7) அமைதியானது உடல் தான், இறையரசின் கனவுகளும் அதை நோக்கிய இலட்சியங்களும் அல்ல. விதைக்கப்பட்ட வார்த்தை விருட்சமாய் முளைத்தெழும்.

சிந்தனை

இந்த கல்லறை இருப்பு, உண்மைக்கும், நீதிக்கும், அன்பிற்கும் புத்துயிர் பெற்றுத் தருதலின் காத்திருப்பு. நம்மையும், பாவங்களையும் கல்லறையில் வைத்து மூடி, புது மனிதனாக உயிர்த்தெழ காத்திருப்போம்.

எங்கள் பேரில் தயவாயிரும் சுவாமி, எங்கள் பேரில் தயவாயிரும்.....

15

முதல் நிலை

இயேசுவை சிலுவை மரணத்திற்குத் தீர்ப்பிடுகிறார்கள்

திவ்விய இயேசுவே உம்மை ஆராதித்து வணங்கி உமக்கு நன்றியறிந்த தோத்திரம் செலுத்துகின்றோம்...

இயேசுவே, கடவுளாகிய நீரா மனிதனால் தண்டிக்கப்படுகிறீர்? இருக்காது, கடவுள் தண்டனை பெற முடியாது. கடவுளை யார் தண்டிக்க முடியும்? எதற்காக தண்டிக்க வேண்டும்? ஆனால், இதோ, பிலாத்துவின் முன்னே, ஆண்டவரும் நீரே நிற்கிறீர். கடவுளாகிய நீர் தான் தலை குனிந்து நின்று தீர்ப்புப் பெறுகின்கிறீர்.

சிந்தனை

ஆண்டவரே என் நண்பனை தீர்ப்பிடும் போதெல்லாம், உம்மையே தீர்ப்பிடுகிறேன். அடுத்தவரைக் குறைகூறி பழிக்கும்போது, உம்மையே குற்றவாளியாக்கி குறுநகை புரிகிறேன். என் குறைகளையும் மற்றவர் மேல் திணித்து மனநிறைவு கொள்கின்றேன்.

செபம்

தாழ்ந்த உள்ளத்தோடு, அடுத்தவர் குறை காணாது வாழ எனக்கு மனம் அருளும்.

எங்கள் பேரில் தயவாயிரும் சுவாமி, எங்கள் பேரில் தயவாயிரும்.....

16

இரண்டாம் நிலை

இயேசுவின் தோளில் சிலுவையை சுமத்துகிறார்கள்

திவ்விய இயேசுவே உம்மை ஆராதித்து வணங்கி உமக்கு நன்றியறிந்த தோத்திரம் செலுத்துகின்றோம்...

இயேசுவே மக்கள் உம்மீது சிலுவையை சுமத்துகிறார்கள், விருப்புடன் அணைத்து நடந்து செல்கின்றீர். எங்கள் பாவப் பளுவெல்லாம் ஏறிய சுமைத்தாங்கியாக நடக்கின்றீர்.

சிந்தனை

ஆண்டவரே எங்களுக்கு சிலுவை என்றாலே பிடிப்பதில்லை. சிலுவைகளை ஏற்றாலும், வாழ்க்கை வசதிகளோடு ஒட்டிய சிலுவைகளாகத் தேர்ந்து கொள்கின்றோம். எங்கள் விருப்பத்திற்கேற்ப சிலுவைகளை வரவேற்கின்றோம். சுமையில்லாத சிலுவைகளை நாடுகின்றோம்.

செபம்

ஆண்டவரே சிலுவை சுமக்க விரும்பாத எங்களுக்கே நாங்கள் பெருஞ்சுமையாய் வாழ்வதை உணர்த்தியருளும்.

எங்கள் பேரில் தயவாயிரும் சுவாமி, எங்கள் பேரில் தயவாயிரும்.....

17

மூன்றாம் நிலை

இயேசு முதல் முறை கீழே விழுகிறார்

திவ்விய இயேசுவே உம்மை ஆராதித்து வணங்கி உமக்கு நன்றியறிந்த தோத்திரம் செலுத்துகின்றோம்...

இயேசுவே, கற்கள் பரவிய சிலுவை பாதையிலே விழுந்து கிடக்கின்றீர். கை கொடுத்து தூக்கிவிட ஒருவருமே இல்லை. கை கொட்டிச் சிரிக்க, சுற்றி நிற்கிறது கூட்டம்.

சிந்தனை

ஆண்டவரே, வாழ்க்கை பாதையிலே, நானும் என் சகோதரனும் எத்தனை முறை இடறி விழுந்திருக்கிறோம். இறைமகனாகிய நீரே விழுந்தபோது நாங்கள், மனிதர்கள் விழாமல் வாழ முடியுமா? ஆனால் இறைவா, என் சகோதரன், நண்பன், என் அயலான் விழும்போது எத்தனை முறை கை கொட்டிச் சிரித்திருக்கிறேன், கை தூக்கி விடாது எட்டி நின்று வேடிக்கை பார்த்திருக்கிறேன்.

செபம்

ஆண்டவரே, அடுத்தவரின் குறைகளில் அவர்களைத் தாங்கி நிற்கும் பெரும் மனத்தைத் தாரும்.

எங்கள் பேரில் தயவாயிரும் சுவாமி, எங்கள் பேரில் தயவாயிரும்.....

18

நான்காம் நிலை

இயேசு தன் தாயைச் சந்திக்கிறார்

திவ்விய இயேசுவே உம்மை ஆராதித்து வணங்கி உமக்கு நன்றியறிந்த தோத்திரம் செலுத்துகின்றோம்.....

இயேசுவே, சிலுவையின் பாதியிலே உம்முடைய தாயை சந்திக்கும்போது அவளுக்கு என்ன கொடுத்தீர்? வேதனைத் தவிர வேறு என்ன கொடுத்திருப்பீர்? வேதனையோடு மனிதனையும் பிறப்பிக்கும் தாய்க்குலம், அம்மனிதனின் வேதனைகளில் எல்லாம் சரி பங்கு பெற வேண்டாமா? இதோ கன்னித்தாய் உம்முடைய வேதனையை உம்மோடு சேர்ந்து சுமக்கிறாள்.

சிந்தனை

ஆண்டவரே உயரியப் பணிக்கொண்டத் தாய்குலத்தை நாங்கள் எவ்வாறு நோக்குன்கிறோம்? பார்வையால் ஊடுருவுகிறோம். இன்பப்பொருளாக காண்கிறோம். நினைவுகளால் கற்பழிக்கின்றோம்.

செபம்

அம்மா மரியே, ஒவ்வொரு பெண்ணும் உமது உருவில் வாழ வரம் அருளும். மனித வேதனைகளை பகிர்ந்துக் கொள்ளும் சுமை தாங்கியாக மாற உதவும்.

எங்கள் பேரில் தயவாயிரும் சுவாமி, எங்கள் பேரில் தயவாயிரும்.....

19

ஐந்தாம் நிலை

இயேசுவுக்கு சீமோன் உதவி செய்கிறார்

திவ்விய இயேசுவே உம்மை ஆராதித்து வணங்கி உமக்கு நன்றியறிந்த தோத்திரம் செலுத்துகின்றோம்...

இயேசுவே, வழியில் சென்றவனை வற்புறுத்தி உமக்கு உதவ வைக்கிறார்கள். சிலுவை சுமக்கும் கைதி என்று கரு-தியவர்கள் அச்சிலுவையைச் சுமக்கவும் சக்தியில்லாதவன் என கணிக்கிறார்கள்.

சிந்தனை

ஆண்டவரே, நான் எவ்வளவு தான் கஷ்டப்பட்டாலும் மற்றொருவன் என் மேல் பரிதாபப்படுவதை நான் விரும்பு-வதே இல்லை. என் சுய கௌரவம் இடம் கொடுப்பதில்லை.

செபம்

இயேசுவே, என் அயலான் எனக்கு உதவ வரும்போது என் துன்பத்தில் பங்கு பெறவே விரும்புகிறான் என்பதை உணரச் செய்தருளும.

எங்கள் பேரில் தயவாயிரும் சுவாமி, எங்கள் பேரில் தயவாயிரும்.....

20

ஆறாம் நிலை

இயேசுவின் முகத்தை வெரோனிக்காள் துடைக்கிறாள்

திவ்விய இயேசுவே உம்மை ஆராதித்து வணங்கி உமக்கு நன்றியறிந்த தோத்திரம் செலுத்துகின்றோம்...

இயேசுவே அடிமை உருவத்தில் நகர்ந்து செல்லும் உமக்கு அன்பு பணிபுரிகிறாள் ஒரு பெண். அவளுடைய அன்புக்கும் பணிக்கும் ஏற்றப் பரிசு ஒன்று தருகிறீர். அவளது கைத்துண்டிலே உமது திருமுகம் பதிகிறது.

சிந்தனை

ஆண்டவரே, அன்பின் வடிவம் நீர். எங்கெல்லாம் அன்பு மலர்கிறதோ அங்கெல்லாம் உம் உருவம் மிளிர்கிறது. எத்தனை முறை உமது உருவை பரிதாபக்கோலத்தில் வரைந்திருக்கிறேன். எத்தனை உள்ளங்களில் அன்புநீர் பாய்ச்சாமல் காய விட்டிருக்கிறேன்.

செபம்

ஆண்டவரே, அயலார்க்கு அன்பு செய்து அவர் தம் உள்ளத்தில் உமது சாயலை பதிக்க, அவை முழுதும் உமது உருவை வளர்க்க என்னை பணித்தருளும்.

எங்கள் பேரில் தயவாயிரும் சுவாமி, எங்கள் பேரில் தயவாயிரும்.....

21

ஏழாம் நிலை

இயேசு இரண்டாம் முறை கீழே விழுகிறார்

திவ்விய இயேசுவே உம்மை ஆராதித்து வணங்கி உமக்கு நன்றியறிந்த தோத்திரம் செலுத்துகின்றோம்...

இயேசுவே, மாபெரும் இறைவன் நீர் மண்ணிலே சாய்ந்து புழுவினும் தாழ்ந்துள்ளீர். அடுத்தடுத்து தோன்றிய வேதனையும் வலியும் புலன்களின் உணர்வை மறந்து போகச் செய்துவிட்டன. உணர்வற்ற மரக்கட்டையாக மண்ணில் படிந்தீர்.

சிந்தனை

இறைமகனே, எத்தனை முறை பாவம் செய்தோம்? பாவப் பளுவோடு கீழே வீழ்ந்தோம். மனச்சாட்சியின் குரலை மரத்துப்போகச் செய்தோம். "தன்னைப் பழக்கத்தில் தலை மூழ்க எமை மறந்தோம்".

செபம்

ஆண்டவரே இம்மாயையினின்றும் மயக்கத்தினின்றும் நாங்கள் விழிக்கச் செய்தருளும். அருள் எது, ஆண்டவருக்கு உரியது எது என்றறியும் நுண்ணுணர்வைத் தந்தருளும்.

எங்கள் பேரில் தயவாயிரும் சுவாமி, எங்கள் பேரில் தயவாயிரும்.....

22

எட்டாம் நிலை

இயேசுவை பார்த்து யூதப்பெண்கள் அழுகிறார்கள்

திவ்விய இயேசுவே உம்மை ஆராதித்து வணங்கி உமக்கு நன்றியறிந்த தோத்திரம் செலுத்துகின்றோம்...

இயேசுவே, உமது மூன்றாண்டுப் பணியிலே மக்கள் எல்லார்க்கும் இரக்கத்தின் சாயலாக காட்சியளித்தீர். ஆயனில்லா ஆடுகளை தயவோடு ஒன்று சேர்த்தீர். பசியாற உணவளித்தீர், வறியவரை வாழ வைத்தீர். எளியவர்க்கு நற்செய்தி சொன்னீர். இரக்கமே உருவாக உழைத்த உமக்கு இன்று இரங்குவார் யாருமில்லை.

சிந்தனை

ஆண்டவரே, அடுத்தவர் மேல் இரங்கி, ஆயிரம் நன்மை செய்தாலும் ஏன் எனக்கு இரங்க இவ்வுலகம் மறுக்கிறது? எனக்கும் தவறி விழும் பலவீனம் உண்டு என்பதை ஏன் மக்கள் ஏற்பதில்லை? உம்மையே புரிந்து கொள்ளாதவர்கள், உமக்கே இரங்காதவர்கள் எனக்கு தானா இரங்கி, என்னை புரிந்து கொள்ளப் போகிறார்கள்.

செபம்

"என் கடன் பணி செய்து கிடப்பதே" எனும் இலட்சிய தெளிவைத் தாரும்.

எங்கள் பேரில் தயவாயிரும் சுவாமி, எங்கள் பேரில் தயவாயிரும்.....

23

ஒன்பதாம் நிலை

இயேசு மூன்றாம் முறை கீழே விழுகிறார்

திவ்விய இயேசுவே உம்மை ஆராதித்து வணங்கி உமக்கு நன்றியறிந்த தோத்திரம் செலுத்துகின்றோம்...

இயேசுவே எல்லாம் வல்ல இறைமகனாயிருந்தும் எங்களைப் போல மனிதனாக பிறந்து வாழ்ந்தீர். தவறி விழுவது மனித இயல்பு, மண்ணில் பல முறை வீழ்ந்தீர். மனித வலுவின்மையில் இறைத்தன்மை மறைத்தீர்.

சிந்தனை

ஆண்டவரே, நாங்கள் குறையுள்ளவர்கள், எழுந்து நடப்பதை விட அதிகம் மண்ணில் விழுந்து கிடக்கிறோம். மறுபடியும் மறுபடியும் விழும் எங்கள் பலவீனம் உம்முடைய வல்லமையில் மறையச் செய்தருளும். எவ்வளவு தான் சக்தியற்றிருந்தாலும் உம் வல்லமையில் எழுந்து நடப்போம்.

செபம்

எழுந்து நடக்கத் தேவையான எதிர் நோக்கையும், சிந்தனையையும் உழைப்பையும் எனக்கு தாரும்.

எங்கள் பேரில் தயவாயிரும் சுவாமி, எங்கள் பேரில் தயவாயிரும்.....

24

பத்தாம் நிலை

இயேசுவின் ஆடையை களைகிறார்கள்

திவ்விய இயேசுவே உம்மை ஆராதித்து வணங்கி உமக்கு நன்றியறிந்த தோத்திரம் செலுத்துகின்றோம்...

இயேசுவே உம்முடைய ஒரே அங்கியை களைகிறார்கள். ஆடையில்லாதவன் அரை மனிதன். சாதாரண மனிதனுக்குரிய மதிப்பையும் மரியாதையையும் கூட அவர்கள் உமக்கு அளிக்கவில்லை.

சிந்தனை

எளியவரை ஏமாளியாக்கி, கேலிப் பொருளாக மாற்றி அவர் மதிப்பையும் மாண்பையும் களைந்து விடுகின்றோம். அவர்களிடமிருந்து அன்பு, நம்பிக்கை பற்று அனைத்தையும் உரிந்து விடுகிறோம். கண்ணீரிலும் வேதனையிலும் அவர்களைக் கரைய விடுகின்றோம். வெறுப்புண்டாக்கி, தங்களையே இழக்கச் செய்து வெறுமையாக்கி விடுகின்றோம்.

செபம்

ஆண்டவரே, வாழ்வில் நாங்கள் எதிர்கொள்ளும் ஒவ்வொருவரையும் அன்பினாலும் நம்பிக்கையினாலும் உடுத்த எங்களுக்கு வரமருளும்.

எங்கள் பேரில் தயவாயிரும் சுவாமி, எங்கள் பேரில் தயவாயிரும்.....

25

பதினொன்றாம் நிலை

இயேசுவை சிலுவையில் அறைகிறார்கள்

திவ்விய இயேசுவே உம்மை ஆராதித்து வணங்கி உமக்கு நன்றியறிந்த தோத்திரம் செலுத்துகின்றோம்...

இயேசுவே சிலுவையில் சேர்த்து உம்மை அறைகிறார்கள். எத்தனை கொடியச் சிலுவை உம்மை அனைத்துக் கொண்டாலும் நீர் என்றுமே கடவுளின் மகன் தான்.

சிந்தனை

ஆண்டவரே ஒருவேளை இன்று இறைமகனாகிய உம்மை சிலுவையின் நெஞ்சில் தான் கண்டுகொள்ள முடியுமோ? பசி, பஞ்சத்தில் அடிபட்டவர்களிலும் அநீதி, அக்கிரமத்தால் நசுக்கப்பட்டவர்களிலும் இறைமகனாகிய உம்மை காணத் தவறி விடுகிறோம்.

செபம்

ஊதாரி கணவன், ஒழுங்கில்லா மனைவி, ஊர் சுற்றும் பிள்ளைகள் இத்தகைய குடும்பச் சிலுவைகளிலும் நீர் அறையப்பட்டிருக்கிறீர் என்பதை நாங்கள் உணரச் செய்தருளும்.

எங்கள் பேரில் தயவாயிரும் சுவாமி, எங்கள் பேரில் தயவாயிரும்......

26

பன்னிரண்டாம் நிலை

இயேசு சிலுவையில் உயிர் விடுகிறார்

திவ்விய இயேசுவே உம்மை ஆராதித்து வணங்கி உமக்கு நன்றியறிந்த தோத்திரம் செலுத்துகின்றோம்...

இயேசுவே சிலுவையின் உச்சியிலே உமது வாழ்வை முடித்துக்கொண்டீர். என்றோ முடிந்துவிட்ட ஒரு கதை போல காட்சியளிக்கிறீர். நீர் பட்ட அத்தனை பாடுகளும் வேதனையும் பயனற்ற கேலிக்கூத்தாக அமைகின்றன. ஆனால் சாவில்தான் நீர் நிறைவு கண்டீர்.

சிந்தனை

ஆண்டவரே, உமது முடிவு எங்களுக்கு தொடக்கம். அன்றாடம் மெல்ல அசைந்துச் செல்லும் எங்கள் வாழ்வு பொருளில்லாமல் பயனற்றதாக தோன்றுகிறது.

செபம்

உம்மில் நிறைவு காணவும், உமக்காகச் சாகவும் எங்களுக்கு துணிவு தாரும்.

எங்கள் பேரில் தயவாயிரும் சுவாமி, எங்கள் பேரில் தயவாயிரும்......

27

பதின்மூன்றாம் நிலை

இயேசுவின் உடலை தாயின் மடியில் வளர்த்துகிறார்கள்

திவ்விய இயேசுவே உம்மை ஆராதித்து வணங்கி உமக்கு நன்றியறிந்த தோத்திரம் செலுத்துகின்றோம்...

மக்கள்: அதேனென்றால் உமது பாமான சிலுவையைக் கொண்டு உலகத்தை மீட்டு இரட்சித்தீர்.

இயேசுவே உம்மை உமது தாயின் மடியில் கிடத்துகி-றார்கள். தாலாட்டுப் பாடி தூங்க வைத்த தளிர்மேனியா இது? இன்று அவலக்கோலம் பூண்டு, அழுகைப் பாட்டுப் படிக்கிறாள் அன்னை. அயர்ந்து தூங்கப் பாடியவள் இன்று உயிர்த்து விழிக்க அழுகிறாள்.

சிந்தனை

பிள்ளைக்கேற்ற தாய், அனைவருக்கும் இரங்கினாள், அனைவரையும் மன்னித்தாள். நாமும் மன்னிப்போம்

செபம்

இயேசுவே, எம் உள்ளங்களிலும் உறவுகளிலும் செத்துக்-கொண்டிருக்கும் உம்முடைய வாழ்வு உயிர்த்து செழிப்புற, எங்களுக்கு மன்னிக்கும் மனத்தினை தந்தருளும்.

எங்கள் பேரில் தயவாயிரும் சுவாமி, எங்கள் பேரில் தயவாயிரும்......

28

பதினான்காம் நிலை

இயேசுவே யாரோ ஒருவருடைய கல்லறையில் உம்மை வைக்கிறார்கள்

திவ்விய இயேசுவே உம்மை ஆராதித்து வணங்கி உமக்கு நன்றியறிந்த தோத்திரம் செலுத்துகின்றோம்...

கடவுளுக்கு தான் கல்லறை கிடையாதே. உலகமே அடங்காது உம் பாதநிழல், ஒரு சிறு கல்லறையில் அடங்குகிறீர். சாவக்குரியக் கடனை இப்படித்தான் கொடுக்க வேண்டுமா?

சிந்தனை

ஆண்டவரே உலகமெல்லாம் பசுமையான உமது வாழ்வை தந்து உயிரூட்டினீர். எங்கள் உள்ளத்திலும் ஒரு சிறு மூலையில் உமது பசுமை காணச்செய்தருளும்.

செபம்

உமது அருள் எமது வாழ்வு, எங்கள் அருள் வாழ்வே பிறருக்கு வளமை. ஆண்டவரே எங்கள் இதயத்தில் ஒட்டி ஊன்றிய இவ்வருட் செழிப்பினால் நாங்கள் ஊரையும் உலகையும் பசுமையாக்கி குளிரவைக்க அருள் புரியும்.

எங்கள் பேரில் தயவாயிரும் சுவாமி, எங்கள் பேரில் தயவாயிரும்.....

குறிப்பு

சிலுவைப் பாதை 1 சொல்லும் முறை

பாடல் 1

https://www.youtube.com/@isaiyaazhi426

"கல்வாரியே கொலைகளமே
நேசரை வீழ்த்தியே மகிந்தனவே,
உனைபோலவே நானும் இன்று
உணராமல் உருகாமல் நின்றேனே. (2)
தவறிழைத்தேன் மன்னியுமே
தாவீதின் மகனே மனமிரங்கும்". (2)

தலைவர்: திவ்விய இயேசுவே உம்மை ஆராதித்து வணங்கி உமக்கு நன்றியறிந்த தோத்திரம் செலுத்துகின்றோம்.

மக்கள்: அதேனென்றால் உமது பாரமான சிலுவையைக் கொண்டு உலகத்தை மீட்டு இரட்சித்தீர்.

சிந்தனை/செபம் வாசித்தல்

தலைவர்: எங்கள் பேரில் தயவ்ாயிரும் சுவாமி, எங்கள் பேரில் தயவாயிரும்

மக்கள்: எங்கள் பேரில் தயவாயிரும் சுவாமி எங்கள் பேரில் தயவாயிரும்

தலைவர்: மரித்த விசுவாசிகளின் ஆன்மாக்கள் இறைவனுடைய இரக்கத்தினால் நித்திய சமாதானத்தில் இளைபாறக்கடவன.

மக்கள்: ஆமென்.

சிலுவைப் பாதை 2 சொல்லும் முறை

பாடல் 2 https://www.bibleintamil.com/songstext/s1130.htm

"பழிகளைச் சுமத்திப் பரிகசித்தார்,
உயிர் பறித்திட எண்ணித் தீர்ப்பளித்தார்;

எனக்காக இறைவா எனக்காக,
இடர்பட வந்தீர் எனக்காக..."

செபம்

தலைவர்: திவ்விய இயேசுவே உம்மை ஆராதித்து வணங்கி உமக்கு நன்றியறிந்த தோத்திரம் செலுத்துகின்றோம்.

மக்கள்: அதேனென்றால் உமது பாரமான சிலுவையைக் கொண்டு உலகத்தை மீட்டு இரட்சித்தீர்.

சிந்தனை/செபம்

தலைவர்: எங்கள் பேரில் தயவாயிரும் சுவாமி, எங்கள் பேரில் தயவாயிரும்

மக்கள்: எங்கள் பேரில் தயவாயிரும் சுவாமி எங்கள் பேரில் தயவாயிரும்

தலைவர்: மரித்த விசுவாசிகளின் ஆன்மாக்கள் இறைவனுடைய இரக்கத்தினால் நித்திய சமாதானத்தில் இளைபாறக்கடவன.

மக்கள்: ஆமென்.

Reference: https://www.bibleintamil.com/

www.ingramcontent.com/pod-product-compliance
Lightning Source LLC
LaVergne TN
LVHW090335210926
848480LV00004B/1424